எந்தன் சுவாசம் நீ

வ.ரூஸ்வெல்ட்

ஏலே பதிப்பகம்

aelay Publish.com

வ.ரூஸ்வெல்ட்

அருமை நண்பருக்கு

காதல் கவிதைகள் எழுதுகிறது
கவிதைகள் காதலை எழுதுகிறது

அப்படி அந்த காதலின் உலகில் கவிதைகள் மூலம்
காதலையும் காதலின் மூலம் கவிதைகளையும் ஒரு
ஆத்மார்த்தமான வரிகளில் தனக்கேயான
எழுத்துநடையில் நண்பர் எழுதிய படைப்பு தான்
எந்தன் சுவாசம் நீ

நிச்சயமாக இது ஒரு புதிய காதல் அனுபவத்தையும்
ஒரு புதிய கவிதை வாசிப்பின் அனுபவத்தை
உங்களுக்குள் நிகழ்த்தும் இன்னும் பல
படைப்புகளை வெளியிட்டு இன்னும் பல
வெற்றிகளை பெற மனதார வாழ்த்துகிறேன்

அன்புடன்
கவிஞன் மொழி
ஏலே பதிப்பகம்

எனது சுவாசம்

பனியை போன்று குளிர்ச்சியானது
காதல் கவிதைகள்...
உள்ளத்திலும் எண்ணத்திலும்
ஒளிந்த காதல் வார்த்தைகள்,
காதலையும் காதலியையும் ரசிக்கையில்
காதல் கவிதையாக பொழிகிறது.

ஒரு மனிதன் வாழ
காற்று மட்டுமல்ல... காதலும்
சுவாசிக்கப்பட வேண்டும்!
காதல் சிந்தை நிரம்பி
சிலிர்க்க வேண்டும்.

எனது எண்ணத்திலும் மனதிலும்
ஒளிந்த காதல் வார்த்தைகளுக்கு
நான் கொடுத்த பெயர்

" எந்தன் சுவாசம் நீ !"

வ.ரூஸ்வெல்ட்

வ.ரூஸ்வெல்ட்

வ.ரூஸ்வெல்ட்

குடை பிடித்த அழகி

தொலைதூரத்தில் நின்ற கருத்த குடையழகி
நெருங்கி வருகையில் சிவத்த இடையழகி
நடையை ரசித்தே பின் தொடர்ந்திட
குடையை மடக்கி ஓரத்தில் ஒதுங்கினாயே..

விரலை நீட்டி மழைச் சாரலை ரசிக்கிறாய்
கருமுகில் கலையாமலிருக்க
இறைவனையோ வேண்டுகிறாய்
வானவில் வளைவாக அவள் இடை
காதல் வில்லாக அவள் இமை

கருமுகில் கலையவே மழையோ நகரவே
ஓரமாய் ஒதுங்கியவள் ஒய்யார நடையிட
கருத்த குடையழகி நடையை ரசித்திட
சிவத்த இடையழகியை பின் தொடர்ந்தேன்..

வ.ரூஸ்வெல்ட்

வ.ரூஸ்வெல்ட்

வான் பறந்த பட்டம்

பட்டம் விடுவோமா என்று கேட்டாயே
முத்தம் தந்திட மொட்டை மாடி வந்திடு
சேர்ந்து விடுவோம் பட்டத்தை..
விட்டம் உயர்ந்த பட்டமோ
வட்ட முகம் கண்டு தள்ளாடுதே...!

காற்றோ பட்டத்திற்கு சாதகமாய் வீசுதே
பட்டத்தை விட விட மேனியோ இங்கு உரசுதே
கூச்சமோ பட்சியாய் குவிந்ததே
நெற்றி வியர்வையோ நில்லாமல் கொட்டியதே...!

தினம் தினம் பட்டம் விடுவோமா பெண்ணே
கெட்ட நீரும் வியர்த்து கரையுமே...!!

வ.ரூஸ்வெல்ட்

பேருந்து பயணம்

ஒரே பேருந்தில் முகமறியா பயணம்
முன் இருக்கையில் நீயும்
பின் இருக்கையில் நானும்
இதுவரை முகம் காணாத நம்மளோ
இசையையும் இயற்கையும் ரசித்தே
பயணமானோம்..!!

தென்றலில் உன் தாவணியோ
என் முகத்தை தீண்டிட
உன் முகமோ
பால் நிலாவாக தெரிய
அன்று என் முகவரியை
தொலைத்தவன்
இன்றும் அவள் முகவரி தேடி அலைகிறேன்..!!

தினந்தோறும் அவள் வந்த
பேருந்தின் முன்பு மறியல் செய்கிறேன்
அவள் முகம் பார்த்திட வேண்டும்
என்பதற்காகவே....!!!

காதல் கடிதம்

தேவதையே உனை எண்ணி
மெழுகுவர்த்தியாய் உருகுகிறேன்
மெல்ல முத்தம் தந்திடு
ஓயாத மழையாய் பொழிந்திடு
ஓய்வின்றி காதலிக்கலாம் கலந்திடு..!!

ஜன்னலோரமாய் புகுந்த மின்னலாய்
என்னுள் புகுந்தாயே
நம் காதலோ மாறாதே
கோடி காதல் கடிதமோ
உனக்கு போதாதே..!!

பிழையாய் எழுதிடும் நான் இன்று
பிழையின்றி எழுதுகிறேன்
முதல் காதல் கடிதம் உனக்கு..
காதலியாய்
சாரலாய்
என் மீது விழுந்திடு..

வ.ரூஸ்வெல்ட்

கிடைத்தது முத்தம்

கயல் போன்ற விழி
புயல் போன்ற பார்வை
உடல் போர்த்திய போர்வை
ஊடலில் வியர்த்ததே....!!

ஆசை வார்த்தையை காதினிலே தூவி
மீசைக்காரன் மனதில் காதலையோ ஏவி
ரசித்திட்டாளே ரசனையாய்
மயக்கிட்டாளே காதலியாய்...!!

தென்றலாய் அணைக்கிறாய்
தேகமும் சிலிர்க்கிறது
ஏங்கி நின்றேன்
முத்தமோ கிடைத்தது..!!

காதல் தாகம்

பூத்த மலரில் அமர்ந்த தேனீயாய்
என் இதய நடுவில் அமர்ந்தாயே
வேப்பங்காயாய் கசத்திட்ட என் இதயமோ
சுவைத்திட்ட குழல் மிட்டாயாய் மாற்றினாயே...

கிணற்றோரம் தண்ணீர் சுமக்க வரும் குடமே
அவள் இடை உனை சுமக்க
நீ தவமிருந்தாயோ ?
குடமே உன் மீதோ கோபம்
என் காதல் மீதோ தாகம்
என் வாழ்க்கையோ சாபம்
தீர்த்திடுமா மோகம்...!!!

வ.ரூஸ்வெல்ட்

வ.ரூஸ்வெல்ட்

மயங்கிய வானவில்

இளந் தென்றல் வீசிட்ட மாலைப்பொழுதில்
தொலைதூர நின்ற வானவில்லோ
அவள் அழகைக் கண்டு மயங்கி போக
அவள் வீசிய ஓரப் பார்வையில்
வண்ணங்களோ ஒன்றுமில்லாமல் போனது..!!

சித்திர அறையில் காணாத அழகை
அவள் ஒருத்தியிடமே கண்டேன்
நிழல் தாங்கிய நிலமோ
பூவாய் பூத்து குலுங்கியது..
அழகியாய் என் முன் நிற்க
அமிர்தமாய் தெரிகிறாள்...!!

வானவில் தரும் வண்ணங்கள்
மறைந்திடும்
உன்னால் வரும் எண்ணங்கள்
இனித்திடும்...!!

வ.ரூஸ்வெல்ட்

மின்மினி பூச்சி

நீ ஆசையால் என் விரலிட்ட மோதிரமோ
விரலை விட்டு வராமலிருக்க அடம்பிடிக்கிறது..
காதலை இறுக்கி பிடித்த இதயமோ
மோதிரத்தையும் இறுக பிடித்தது..

திருமை நிறைந்தவளே திருமதி என்னால் தானே
கருமை நிறத்தவளே கலையாய் இருப்பவளே
சீறிடும் உன் பார்வை சினத்தை அடக்குமே
சிலையருகில் நிற்காதே
சிலையும் பொழிவு இழக்குமே..

இரவில் கண்ட மின்மினி பூச்சியாய்
பகலில் உன் புன்னகை
அப்படி ஜொலிக்கிறதடி..!!

நீங்காத வலி

காதலை காகிதமாய் கிழித்தாயடி
மனமோ தீயாய் எரிந்தது
தண்ணீரால் அழிக்க முடியாத தீயையோ
கண்ணீரால் அழித்து பார்த்தேன்
மனமோ தீயாய் எரிந்ததால் என்னவோ
விழியோ இரத்தமாய் சிவந்தது..

புலம்பினேன் புலம்பினேன்
இரவு பகல் அறியாது புலம்பினேன்
உனைக் கண்டு காதல் வளர்த்தேனடி
எனை விட்டு நீங்கினாயே
நீங்காத வலியால் அழுகிறேனே
இதயத்தில் தேங்கிய காதலால்
இமயம் சென்று புலம்புவேனே...!

வ.ரூஸ்வெல்ட்

முதல் முத்தம்

தாவணி பெண்ணே
வெண்பனியாய் விழுகிறாயே
காதலை மூட்டி கவிதைத் தீட்டவா?
கவிதை எழுதி காதலைச் சொல்லவா?
சொல்லடி என் பாவையே..

முத்தம் கேட்டேன் குத்தம் என்றாயே
ஆசையாய் கேட்டேன்
ஆழமாய் கொடுத்தாயே..
முதல் முத்தமிட்ட போதையில்
தள்ளாடிய மனமோ
சத்தமில்லாமல் சிரிக்கிறதே
நித்தமும் கிடைத்திடுமா முத்தம்
சத்தமில்லாமல் சிரிப்பேனே..!!

உன் பாதத்தை முத்தமிடவே
தரையில் காத்திருக்கின்றன
கோடி மலர்கள்....!!

வட்ட நிலா

ஆலயமணியோசை ஒலிக்கவே
ஆலய படியில் கால் வைத்தாயே
கரங்கள் ஏந்திய மெழுகுவர்த்தி வெளிச்சத்தில்
அவளின் முகமோ வட்ட நிலாவானதே...

விதவிதமாய் பார்த்தேன்
இதமாய் தெரிந்தாய்
இதழோர புன்முறுவலோ
மலராய் மலர்கிறதே..!!

உனைத் தேடிச் செல்ல
தேடல் ஓர் சுகமே
உனைப் பாடச் சொல்ல
பாடல் ஓர் இனிமையே
விடுகதையிட்டு ஜாடையால் நீ பேசிட
விடை தெரியாமல் விழித்தேனே...!!

வ.ரூஸ்வெல்ட்

குறும்புக்காரி

மேனியில் கருத்த நிறக்காரி
வர்ணிப்பதில் கவிதைக்கோ சொந்தக்காரி
என் இதயத்தையோ திருடிய திருட்டுக்காரி
எதிர்க்காலத்தில் எனக்கோ வீட்டுக்காரி...!!

தொலைப்பேசியோ ஓயாதபேசியாகவே இருக்க
குறுஞ்செய்தியில் குறும்பிட்டாள்
இரவோ அவளுடன் தொலைப்பேசிலே கழிய,
பகலோ அவளுடன் நேரலையாகவே கழிய...!!

மாலைப்பொழுதோ
ரசனை பொழுது
தென் காற்று இதமாய் வந்திட
ஏதோ ஏதோ மயக்கம் தந்திட
காதலோ ஓர் படி உயர்ந்திட
நாளும் இனித்ததே..!!

மெல்லிசை பெண்ணே

கருமை நிறைந்த
மேக கூட்டமோ கூடி வர
பச்சை நிற தாவணியில்
பச்சைக்கிளியாய் அவள் வர
கருமை மேகமோ
வெட்கப்பட்டு
வெண்மேகமாய் மாறுதே..

மல்லிகைப் பூ வேணுமா
மெல்லிசைப் பெண்ணே
குயிலோசை சோலையில்
சந்திக்கையில் தாரேன்..

கருமை நிற கூந்தலோ
அருவியாய் விழுதே
அருவியில் அமர்ந்த
ரோஜாவோ
மாலையானாலும்
இதழ்கள் உதிர்வதில்லையே..!!!

வ.ரூஸ்வெல்ட்

வ.ரூஸ்வெல்ட்

என் ஆயுள் உன்னோடு

என்ன வித்தை செய்தாயோ
காதல் வலையில் சிக்கினேன்...
புது யுகத்தை காட்டினாயே
புகார் போல இணைந்தோமே...!!

மலர்கள் கூடியிருந்த மலர்த்திரளோ
உன் மேனியில் மோதி மயங்கி போக
மயங்கிய மலர்த்திரளோ மறுபடியும் மலர்கிறது
நீ வீசிய புன்னகைக் கண்டு..!!

உன் மீது மோதிய கோடை காற்றோ
தென்றலாய் தாண்டி செல்லுதே
ஆயுள் வரை உன்னுடன் வாழ்ந்திடும் எனக்கு
தென்றலோ குறைவில்லையே...!!!

வ.ரூஸ்வெல்ட்

சுவராய் தெரிந்த காதல்

அவளிடம்
காதலைச் சொல்ல
கரையைத் தொடும்
தொடர் அலைகளாய்
அவளைத் தொடர்ந்தேன்
தொடர் அலையோ
கடல் பாறையில் மோதி
சிதறிய சிறுதுளியாய்
அவளிடம் சொல்லிய
என் காதலோ
அவளின்
இதய பாறையில் மோதி
என் காதலோ சிதறியது..!!
காரணமில்லாமல் வெறுத்தாய்
கோணமாய் போன என் வாழ்க்கை
ஊனமாகி போனதே..
அவள் மனமோ
உவர்க்களமானதால்
காணும் திசையெல்லாம்
சுவராய் தெரிகிறதே...!!!

வ.ரூஸ்வெல்ட்

காற்றாடி

கடைவீதியில் நீ நடக்க காற்றோ இல்லையடி
சுற்றும் காற்றாடியாய் நான் வரவா??
மேனியை வருடி செல்வேனே..
இரவில் வீசும் குளிந்த காற்றால் நடுங்குறாயே
கம்பளி போர்வையாய் நான் வரவா?
உனை அணைத்து கொள்வேனே...

ஆசையாய் கேட்டேன் ஊமையாய் நின்றாய்
விசை இல்லாமல் மிருதுவாய் கண்டாய்
கேளடி பெண்ணே பேசடி கண்ணே
பெண்ணரசியாய் கண்ணுள் தெரிந்த
என் அரசி நீ தானே..!!

ஓலமில்லாத கடலருகில்
உன் கையால் கோலமிடு
மகிழ்ச்சியில் ஓலமிடுமே..!!

எந்தன் சுவாசம் நீ

வ.ரூஸ்வெல்ட்

ஓயாத உன் நினைவு

ஞாலத்தால் அழியாத அவளின் ஞாபகங்கள்
என் நெஞ்சை பசுமையான நஞ்சையாய் மாற்றியது...
எங்கேங்கேயோ சுற்றுகிறேன்
உன் நினைவோடவே வாழ்கிறேன்..!!

எனை ஆக்கிரமித்த அவளின் நினைவுகளோ
என்னுள் சுதந்திரமாய் அலைகிறதே.
வாடாத நினைவைக் கண்டு
தேடாத நாளில்லையடி..

மழையில் நனைந்து மகிழ்ந்த நானோ
ஓயாத உன் நினைவில் நனைகிறேன்
அன்று நனைந்ததால் என்னவோ
இன்று தாரன் ஆனேன்..!!

மலராக அவள்

தேரடி வீதியில் என் தேவதையை கண்டேன்
கண்டதில் வியந்தே நின்றேன்
வியந்ததில் மயங்கியே போனேன்
மலர் போன்ற பாவையவள்
சுடர் போன்ற பார்வையிட்டாளே..

வானில் பூத்த வெள்ளியாய்
என் கண்ணீல் பூத்தாயே
கலர் கலர் வண்ணத்துப்பூச்சியாய்
என் மனதில் அமர்ந்தாயே...

உன் தோளில் சாய்ந்து
என் ஆயுளை நீட்டிக்க வேண்டும்
என் பொழுதுவிடியல் உனக்காகவே
என் பொழுதுசாய்தல் ஏக்கமாகவே..!!

வ.ரூஸ்வெல்ட்

பாரமாய் போன வாழ்க்கை

கனா இல்லாத இரவாய் வாழ்ந்தேன்
கண்ணீரால் எழுதிய காதல் கடிதத்தையோ
வெண்ணீராய் அவள் கண்டதாளே
என் மனமோ வெந்து போனது..

திசையின்றி அசைவின்றி போனேன்
வானம் பார்க்கவே பாரமாய் ஆனது
இனிப்போ கசப்பானது
ரசித்ததோ ரசனையின்றி போனது...!!

ஏமாந்து போகவா பெண்ணே
எதிர்பார்த்து காத்திருந்தேன்
காதலை தூக்கி எறிந்திட்டாயே ...!!!

வ.ரூஸ்வெல்ட்

வெட்கத்தை தந்தவள் நீ

என் கல்லூரி புத்தகத்தில் காதல் ஓவியமாய்
என்னவள் பெயரை தீட்டி வைத்தேன்.
புத்தகம் திறந்தால் அவள் பெயரோ
வெட்கமாய் எனை சூழ்கிறது..!!

பாரமாய் அல்லாமல் ஓரமாய் நின்று உனை ரசிக்கிறேன்
நீ எனை காண நானோ வேறு திசை காண
உன் பெயரை கண்டாலே வெட்கம் சூழ்கிறது
உன் கண்ணை கண்டால் நான் என்ன ஆவேனோ??

தினந்தோறும் கல்லூரி வாசலில் காத்திருக்கிறேன்
ஒரு நாளாவது எனை பாத்திருப்பாயா??
பாத்திருந்தால் எனை ஏத்திருப்பாயே..!!

எந்தன் சுவாசம் நீ

வ.ரூஸ்வெல்ட்

சொர்க்கம்

நதியில் நீந்தும் மீன்களாய்
பாதி மனதில் நீந்தினாயே
படி மீது அமர்கிறாய்
மடி மீது தலைசாய்க்கவா?
வண்டல் மணலில் நின்றிருக்க
தென்றலோ வேடிக்கையிடுதே ...!!

விசிலடிக்க சொல்லி தரவா
கூவும் குயில்கள் உன் முன் வருமே
ஆசை முத்தத்தில் கிரங்கி போக
சொர்க்கமாய் இருந்ததே
பத்து முத்தம் தந்தாயே மகிழ்ச்சியில்
பித்து பிடித்தவனாய் நின்றேனே...

கண்ணெதிரே அவள் நிற்க
கட்டுமரமாய் மிதக்கிறேன்
கடிகார முள் காணாமல்
நாளை கடக்கிறேன்...

பாதச்சுவடு

ஓலமில்லாத கடற்கரையில்
நீயும் நானும் ஓடி விளையாடி
பாறையில் தவழும் அலைகளை ரசித்தோமே..
துள்ளி துள்ளி வரும் பாறை மீனோ
கடலில் துள்ளி மகிழ கண்டு ரசித்தோமே
நீயோ முன் நடக்க உன் பாதத்தை ரசித்தே
பின் நடந்தேனடி...!!

பார்வையால் பாயாசம் தந்தாயே
காரிகையால் கவிதை தீட்ட வைத்தாயே
இதழோரம் முத்தம் தந்தாயே..
வாகைமாலை காதலில் சூட
நித்தமும் தந்திடேன் முத்தத்தை..!!

சேலையில் உனைக் கண்டேனே
தோகை விரித்த மயிலாய் தெரிந்தாயே
அழகியாய் அருவியாய்
விருந்தாய் மருந்தாய் வா செந்தேனே
என் மார்பில் துயில் கொள்
உன் கூந்தலை வருடி
காதலை அழகாக்கலாம்..

வ.ரூஸ்வெல்ட்

தாரன்

அதிகாலையில் வரைந்த கோலத்தை ரசிக்கவே
காதல் அலாரம் வைத்து விழித்தேன்..
அவள் வரைந்த கோலமோ
ஓவியமாய் ஆனதே..
இறைவன் வரைந்த ஓவியமாய்
நீ ஆனாயே...

கொஞ்சம் கதைப்போமா பெண்ணே
ஆகாய காதலில் மிதக்கலாமே..
தீரனாய் உன் முன் நின்றதால் என்னவோ
தாரனாய் ஏற்றாயே..

கண்மை அன்றி வர மாட்டாள்
யான்மை அற்ற பெண்ணவள்..
அண்மை இருந்திடு
வெண்மை மனத்தவளே...!!

வ.ரூஸ்வெல்ட்

இதயத்தின் வடு

உன் அடிச்சுவட்டில் முள் குத்த
நீயோ வலியால் அழுதாயே
என் இதயமோ வடுவானதே..
அடிச்சுவட்டை கவனமாய் எடுத்து வை
வடுவோ வலிக்குமே...

ஒத்தயடி பாதையில் என் எதிரே வந்தாயே
ஒதுங்கி போகிற எண்ணமோ
சத்தியமாய் இல்லையடி
முல்லைப்பூ தொடுத்து பழகுறேன்
உன் கூந்தலுக்கு அழகு சேர்க்கவே..!!

மலையோர காற்றும்
மயக்கிடும் பேச்சும்
குறைவில்லையே...!!

கனியாய்

கண்ணாடி வளையலோ சிரிக்குது
இரண்டடி கூந்தலோ மணக்குது
ஆலமர விழுதில் ஒளிந்து ஆடி
இளநேரத்தில் தரிசனம் தந்தாயே
இளமையோ தடுமாறி போகுதே....!!

நீ சுவைத்த கனியாய்
நான் இருந்திருக்க கூடாதா ?
அனுபவித்திருப்பேனே
உன் இதழ் சுவையை சுவைத்திருப்பேனே...

தினசரி கவனிக்கிறேன்
வண்ண விளக்குகளை
வீதியில் வலம் வந்தே
பொழிவு இழக்க செய்கிறாய்
இதில் உனக்கு இலாபமா? நஷ்டமா?..!!

கூந்தல் அருவி

சொத்தா கேட்டேன்
காதோர முத்தமல்லவா கேட்டேன்..
கோபத்தால் காரமாய் முத்தமிடாதே.
புன்னகைத்து இனிப்பாய் முத்தமிடு
இதழ்கள் கொஞ்சம் சிவக்கட்டுமே...

மலையாளி பெண்ணே
கொஞ்சம் தெளிவாய் விடையளி
உன் கூந்தலுக்கு வேறு பெயர் ஏதும் உண்டோ ?
இல்லையென்று விரைவாய் தலையாட்டுகிறாயே
அழகான அருவி பெயரை
உன் கூந்தலுக்கு வைத்து விடு

தலைவலியாக இருக்கிறது பெண்ணே
நெற்றியில் முத்தமிட்டு
நிவாரணம் அளித்திடு...!!!

வ.ரூஸ்வெல்ட்

வ.ரூஸ்வெல்ட்

தவமிருந்த காதல்

அன்று வானில் சிறகடிக்கும் சுதந்திர பறவையாய்
நீயும் நானும் சுதந்திரமாய் அலைந்தோமே
இன்று கூட்டில் அடைப்பட்ட பச்சைக்கிளியாய்
நீயோ வீட்டில் அடைப்பட்டு உள்ளாயே...!!

தனிமையயோ எனைத் தத்தெடுக்க
கண்ணீரரோ தாலாட்டியது..
நம்மை பிரிக்க நினைக்கிறார்களே
தவத்தை தவறு என்கிறார்களே
ஆம் காதல் ஓர் தவமே
பிரிப்பதில் என்ன சுகமோ .. ??

எனை போன்ற காதல் வாழட்டுமே
மலராய் மலரட்டுமே
சுதந்திர பச்சைக்கிளியாய் பறக்கட்டுமே..!!

வ.ரூஸ்வெல்ட்

ஓவியமிடுதே

இரு உதட்டின் ரேகை இணையும் தருணத்தில்
புது உலகை மனதில் படைத்தோமே..
உடல் மூடிய போர்வை
ஊடல் வடித்த வியர்வை
என் கனத்த கட்டில் சுமக்குமே

நெஞ்சு மயிரை பிடித்து கொஞ்சலாய்
நீ என் உயிர் என்று வருடி
காதல் காமத்திற்கு வழி கொடுத்தாயே
காமம் உடலில் சுக ஓவியயிடுதே..

முத்தத்திற்கு ஏது ஓய்வு
முதுமையிலும் முத்தம்
விளையாடுமே..!!

எந்தன் சுவாசம் நீ

வ.ரூஸ்வெல்ட்

பெருங்காதல்

பெருங்கடலாய் என் பெருங்காதல்
கடலின் நடுவே கரையை தேடியவனாய்
இதய நடுவில் அவள் வந்ததால்
நான் என்னையே தேடுகிறேன்..

சிவத்த மேனிக்காரிக்கு மருதானி எதற்கு?
தொட்டு பேசி மயக்கம் காட்டாதே
விலகி நின்று இதயத்தில் விரிசல் காட்டாதே
அருகில் நின்றாலே அமிர்தமாய் உணர்கிறேன்..

உன் சேலையின் வாசத்தை முகர்ந்தால்
உனை விட்டு ஒரு அடி நகரவே
மனமிருக்காது
உன் பார்வையில் இருந்து விடுகிறேன்...!!!

வ.ரூஸ்வெல்ட்

வண்ணத்துப்பூச்சியிடம் கேள்

உனக்கு பிடித்த சேலையை விட
எனக்கு பிடித்த சேலையை
அதிகமாய் உடுத்திக்கொண்டு
நான் பார்க்க வேண்டுமென்றே
என் முன் அங்குமிங்கும் நடப்பாயே..

என் கனவுகள் நினைவுகள் இரண்டும் நீயே
என் காமமும் காதலும் இரண்டும் நீயே
சத்தமின்றி மனதில் நுழைந்தவள்
நித்தமும் என்னுள் துடித்தாளே...!!

பெண்ணே நீ மலர் போன்றவள்
நான் சொன்னால் நீ
நம்பமாட்டாய்
உன் மீது அமர்ந்து சென்ற
அந்த வண்ணத்துப்பூச்சியிடம் கேள்
மலர் என்று நினைத்ததால் தான் உன் மீது
அமர்ந்தேனென்று
வண்ணத்துப்பூச்சியே சிறகடித்து சொல்லும்...!!

மீன் வாசனை

சுருக்கு மடி மீது நான் சாய
என் மடி மீது நீ சாய்ந்தாயே
உப்புக்காற்றோ மேனியை கிள்ளுதே
மீன் வாசமோ மல்லிகையாய் மணக்குதே

கடலுக்கு போறேன் ஆசை முத்தம் கடனா தா
திரும்பி வருகையில முத்த கடன
வட்டியா திரும்ப தாரேனே..
நீ வச்ச மீன் குழம்ப
திருட்டு தனமா தருகையில
குழம்பு வாசமோ நாசிய இழுக்குத...!!

எனக்கு புடிச்ச தாவணில வா
உனக்கு புடிச்ச தாழம்பூ தாரேன்
உன்ன நினைச்சு கவிதை எழுதி
கடல் பார்த்து வாசிக்க
கடலோ வெட்கப்பட்டு உள்வாங்குதே...!!

வ.ரூஸ்வெல்ட்

வ.ரூஸ்வெல்ட்

விழி தந்த மயக்கம்

உலக அதிசயங்களில் உனது அழகும்
ஒன்றாய் ரசித்தேனே
ஆயிரம் விழியை கண்டிருப்பேன்
உன் விழி போல் எந்த விழியையும்
கண்டதில்லையே...!!

தென்னை மரத்தடியில் சந்திக்கையில்
கண்ணை கட்டி விளையாடினோமே
சோனை திரள திண்ணையில் ஒதுங்கி
விண்ணைக் கண்டு ரசித்தோமே..!!

ஆலம் கலந்த தென்றலாய்
என் இதயத்தில் கலந்தாயே
அணைக்கட்டு பக்கம் போகையில
அணைச்சு ஒன்னு தந்தாயே...

வ.ரூஸ்வெல்ட்

என் காதல் ஓசை

எதிர்த்த வீட்டில் குடியிருக்கும் பேரழகியே
என் இதயத்தில் காதலியாய் குடிவருவாளா ?
ஜன்னலில் நின்று அவளைப் பார்க்க
இன்னல் அந்நேரம் காணாமல் போகுது
மணலில் அவள் முகத்தை வரைய
வானமும் மின்னலாய் பூக்குது....

என் காதல் ஓசை உனக்கு ஒலானிக்கவில்லையா ?
என் இதயத் துடிப்பு உன் வளையல் ஓசையாக
என்னுள் தொனிக்கிறதே...
நீ பார்ப்பாய் என அங்கும் இங்கும் அலைகிறேனே
காதல் பறவையாய் பறக்கிறேனே
ஒரு நாள் உந்தன் இதய மரக்கிளையில் அமர்ந்திட....

வ.ரூஸ்வெல்ட்

கெஞ்சுகிறேன் பெண்ணே

மன்னித்துவிடு வருங்கால மனைவியே
என் கோபத்தால் நீ காயப்பட்டு
உன் கன்னத்தையோ கண்ணீரால் கழுவுகிறாய்
மூடனாகி உன் முன் தலைகுனிகிறேன்
மன்னித்து விடு புன்னகைத்து விடு

உன் தாலாட்டு பேச்சில் துயிலாவேன்
தாலாட்டு பேச்சை நீ மறுக்க
நான் என்னாவேன்
நித்தமும் உன் குரல் ரசித்தவனை
மௌனத்தால் கொல்கிறாயே
மன்னித்து விடு புன்னகைத்து விடு

மௌனத்தை கலைய கெஞ்சுகிறேன்
கலைய ஆசையில்லாமல்
எனை தண்டிக்கிறாயே
தண்டிச்சது போதுமடி
இதயம் தாங்காதடி...

கனவில் தந்த முத்தம்

தவமாய் எதிர்பார்த்த தனிமை சந்திப்பு
அன்று உனக்கும் எனக்கும் எட்டியது
தண்ணீர் குடம் சுமக்க வந்தவளே
உன்னை என் இதயம் சுமக்கிறதே
சுற்றி பார்த்தாய் எட்டிய தூரம் யாருமில்லை
விழி பார்வையால்
வியர்த்து கரைய வைத்தவள்
விழியால் ஆயிரம்
கவிதைகளைத் தூவினாள்
நிலத்தை முத்தமிடும் இலைகள் நிறைந்த
புங்கை மரம் நோக்கி
விரலை நீட்ட
இருவரும் ஒதுங்கினோம்
இலைகளின் பின்னே
மழையும் தூறலாய்
இலைகளின் மீது விழ
சட்டையைப் பிடித்து இழுத்தவள்
இதழைப் பதித்தாள் மேனியெங்கும்
வியர்வையோ நில்லாமல் ஓட
திடீரென விழித்தேன்
மொட்டை மாடியில்
கனமழையில்
நனைந்து கொண்டிருக்கிறேன்
அவள் வந்தது முத்தம் தந்தது
கனவில் தானா
என தனிமையில்
மழையிடம் புலம்பினேன்....!!!

வ.ரூஸ்வெல்ட்

என்னருகில் இருந்திடு

கண்ணீரைத் துடைக்கும் உன் விரல்களால்
துன்பமும் இன்பமாய் மாறுதே
அழுகையும் அமைதி ஆகுதே
அருகிலே இரு அது போதுமே
மகிழ்ச்சியில் மிதப்பேனே....

உனைப் பார்த்தே நாள் கழிய வேண்டும்
உனைச் சீண்டி காதலிக்க வேண்டும்
சிவக்காத என் உதட்டினை
திகட்டாத உன் முத்தங்களால்
சிவத்த நிறமாய் மாற்ற வேண்டும்...

என் இளமையை சீண்டுகிறாய்
சீண்டலை ரசிக்கிறாய்
தேகமோ அணைக்க தேடுகிறது
வா பெண்ணே அணைத்து கொள்வோம்...!!

எந்தன் சுவாசம் நீ

வ.ரூஸ்வெல்ட்

கண்கள் தந்த காதல்

பார்த்த நொடியே
எனது பாவையானாய் நீ...
உன் விழி தீண்டலில்
என் முதல் காதல்
உன் மீது மலர
மலர்ந்த காதலோ
நறுமணமாய்
சிந்தை நிரம்பி வீசியதே..

இரவில் அவளின்
நினைவுகளோ
என்னிடத்தில்
முத்தம் தந்து விளையாட
இரவை தொலைத்தே
அவளிடம் வீழ்ந்தேன்

பாதத்தை முத்தமிடும்
காலணியாய் இருந்திடவே
ஆசையானேன்
அனுமதிப்பாயா பெண்ணே
உன் பாதமருகில்..

புயல் அடித்தாலும்
புழுதி முகத்தில் படிந்தாலும்
அசைவின்றி நங்கூரமாவேன்
உன் கண் அடிப்பில்..!!

நான் அடிமை

சத்தமில்லா
விழி மொழியில்
பேசினோம்
தினம் நாம் சந்திக்கும்
தெருவோர ஆலமரமோ
நம் காதலின் தேசமாய்
தெரிந்தது....

என் மணித்துளிகளை
அழகாக்கியவள் நீ..
உன் கூந்தலில்
நீ வைத்த
மல்லிகைப் பூவால்
தெருவோ மணமாய்
மணக்குதடி....

மனம் வர்ணிக்கும்
கவிதையை
உன் விழி மொழி
பேசுகையில்
ஆழமான காதலுக்கு
நான் அடிமையே....

உன் பேச்சை ரசிக்க
என் மனமோ
பட்டாம் பூச்சியாய்
சிறகடிக்குதே...

வ.ரூஸ்வெல்ட்

காதல் தாலாட்டு

உன் காதோரம்
உன் அசைவுக்கு
நடனமாடும் கம்மல்
தங்கமாக இருக்கட்டும்
வெள்ளியாக இருக்கட்டும்
உன் காதோரம் ஒட்டிக்கொள்ளவது
கம்மல் வாங்கியது
வரமே....

கண்களில் கலந்த நீ
காணும் திசையெல்லாம்
உன் பிம்பத்தைக் காட்டி
விளையாடுகிறாய்
ஏன் இந்த பிம்ப விளையாட்டு ? ...

குரலோசை
மெல்லிசையாய் இனிக்க
காதல் தாலாட்டு
ஓய்வின்றி தாலாட்டுமே
மரணம் வரயிருந்தால்
உன் மடி மீது துயிலுகையில்
வரட்டும்
சுகமாய் மரணிப்பேன்....

காலம் ஓர் கண்ணாமூச்சி
காதலி ஓர் பட்டாம்பூச்சி
இவ்விரண்டையும் காதலிக்கும்
காதலன் நான்....!!

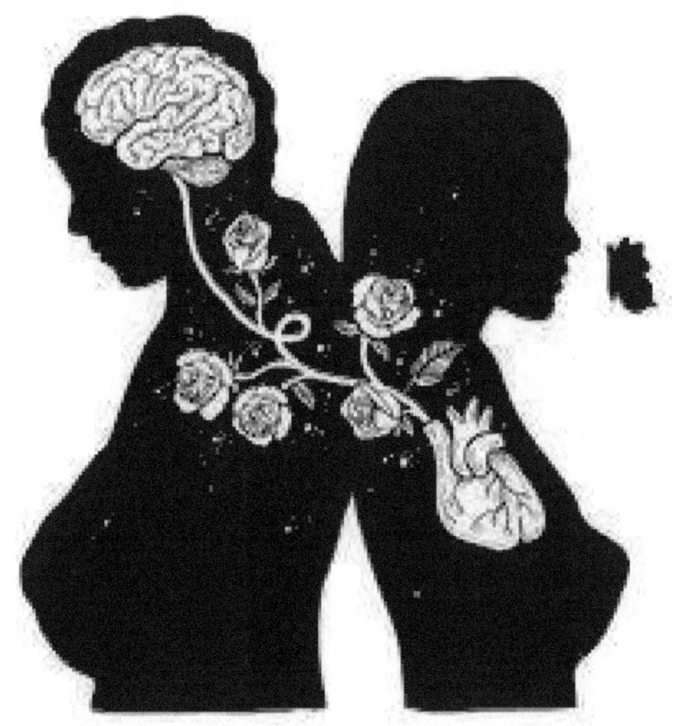

வ.ரூஸ்வெல்ட்

பாசக்காரியவள்

வெண்ணிற ஆடை
உடுத்திய மேகம்
என் எதிரே
சிரித்து வர கண்டேன்.
வானவில் வளைவாய்
அவளின் இமை முடிகள்
சிமிட்ட கண்டேன்..

வெறுமை மனதில்
நீ புகுந்ததால்
கவலையின்றி சிரிக்கிறேன்
மறுமையிலும் நீ
துணையாக வந்திடு..

நள்ளிரவில்
தொலைப்பேசி ஒலிக்க
நகைக்க நகைக்க
இரவை அவளிடம்
தொலைத்தேனே.
பகலிலாவது
உறங்க விட்டாளா அவள்
பாசக்காரி
உறக்கம் வர
கதை கேட்கிறாள்...

எந்தன் சுவாசம் நீ

சுவாசிக்க உன் இதயம்
நேசிக்க உன் இதயம்
வசிக்க உன் இதயம்
உன்னுடனே நாள்
கழிய வேண்டும்....!!!

வ.ரூஸ்வெல்ட்

பேரண்ட பேரழகியவள்

ஆயிரம் வலி
நீ தந்தாலும்
கண்ணீருக்கு
அணைக்கட்டு போடும்
அழகி நீ..

நிலாவுடன் பிறந்த
இரட்டைக் குழந்தையாய்
அவளைக் கண்டேன்.
இருவரும் ஒரே அழகு
நிலாவோ தேயும்
இவள் அப்படி அல்ல
பேரண்ட பேரழகியவள்
எது நிலா ? எது அவள் முகம் ?
குழப்பத்தை தருவதில்
அவளோ கெட்டிக்காரி ...

இரைத் தேடும் பறவையாய்
உன் முகம் தேடி
திரிகிறேன்
தேடுதலின் சுகமோ
இனிக்கும்..
என் முடி நரைத்தாலும்
உன் மடியே சரணாகதி....

மரத்தின் நிழலில் அமர்ந்து
காற்றின் சுகம் கண்டு
சிறு காதல் செய்வோமா ??....

வ.ரூஸ்வெல்ட்

என் முழுமதி நீ

இளமையைத் தீண்டிய
இருவது வயது பெண்ணவள்.
பார்ப்பதற்கோ
முழுமதி பெண்ணவள்
என்னுள்
முழுமையாய்
கலந்திட்டாளே...

கதிரவன் கதவை தட்ட
என் விடியல்
அவள் விழியினில்
உதிக்கட்டுமே.

பேச நினைத்து
உன்னருகில் வர
மதி மறந்து யோசிக்கிறேன்
நீ விட்ட சுவாசத்தை
நான் சுவாசிக்கையில்..

எழுதுகோல் என்றாலே
எரிச்சல்படும் நானோ
இன்று ஆயிரம் பக்க
கவிதைகள் உனை
வர்ணித்து எழுதிட
காதல் கவிஞனாக்கினாயடி...!!

ரசித்த ஓவியம்

கடற்கரை மணலில்
ஓர் இதயம் வரைந்தாய்
இதயம் நடுவே
உனது பெயரையும்
எனது பெயரையும்
விரலால் எழுதி
அழகு பார்க்குமவள்
என் தேவதையவள்...

கடலிடம் காதல்
கதைகளைச் சொல்லி
சிறுபிள்ளையாக
விளையாடும்
விளையாட்டுப் பிள்ளையவள்..

அலையிடம் அவள்
ஓடி விளையாட
மழையும் சாரலாய்
அவளுடன் இணைந்தே
விளையாடியது
அலையில் நனைந்தோம்
மழையில் நனைந்தோம்
காதலிலும் நனைந்தோம்....

வ.ரூஸ்வெல்ட்

வ.ரூஸ்வெல்ட்

கடற்கரை மணலில்
பல ஓவியம்
தீட்டியிருக்க கண்டேன்.
அவள் எனது முன்னே
நடக்கையில்
நானோ திகைத்து பார்த்தேன்
நான் கண்ட ஓவியமோ
அவளது பாதச்சுவடு ...!!

வ.ரூஸ்வெல்ட்

கல்லூரி வாசல்

கல்லூரி பயின்றதில்
மதிப்பெண்களை அள்ளி வழங்கி
எனை காதல் பாடத்தில்
மட்டுமே
தேர்ச்சி பெற செய்தால்
என் காதலி...

படிப்பதற்கு
புத்தகத்தைத் திறக்க
கண்ணில் தென்பட்டதோ
மயில் இறக்கை
அதில் அவள் தெரிய
எனைக் கண்டு சிரிக்க
நானோ வெட்கத்தில்
புத்தகத்தை மூடி கொண்டேனடி..

கல்லூரி வாசலில் நின்று
காதல் தவம் செய்தவன் நான்
தவத்தைக் கலைக்க
பல பெண்கள் கடந்தாலும்
கலையாத
தவமிருந்தேனே...

அவளின் குரலோசையை
சுவைக்க
கல்லூரி மணியோசை
இடைவேளை தர
காத்திருப்பேன்
அவளின் காதலனாக....!!!

இசைக்கச்சேரி

மேகத்தைத் தொட்டு பார்க்க
அடம்பிடித்தவளை
அழைத்துச் சென்றேன்
உயர்ந்த மலை உச்சிக்கு
அவளோ
மேகத்தை தொட்டு ரசிக்க
மேகமோ
அவளை முத்தமிட்டு கொஞ்ச
நகர மனமில்லாமல்
மெதுவாய் நகர்ந்தது மேகம்...

சோலையில்
ஓடும் நதியில்
நீயோ சிறு குளியலிடுகிறாய்
மறைந்து நின்று பார்த்த
பறவைகளோ
இசைக் கச்சேரி
மீட்டுகின்றன...

சோலையில் போடப்பட்ட சாலையை
மரங்கள் குடையாய் அலங்கரிக்க
அவள் வரும் நேரத்திற்காகவே
காத்திருக்கும் பச்சை மரங்கள்
அவள் மீது பூக்களை
குலுங்கி சிரித்தவாறு தூவுகிறது....!!!

வ.ரூஸ்வெல்ட்

பொண்டாட்டி

எனக்கு
தருவதாய் நினைத்து
லட்ச முத்தங்களை
உனது தொலைப்பேசிக்கு
கொடுத்தாயடி..

என் அழைப்புக்கு
நீ தேர்ந்தேடுத்தப் பாடல்
எவர் தொலைப்பேசியில்
ஒலித்தாலும்
ஆர்வமாய் தேடுகிறாய்
உன் தொலைப்பேசியை...

குறுஞ்செய்தில்
நூறு ஆண்டு கால
வாழ்க்கையை
பேசியே தீர்த்தவள்
அடுத்த ஜென்ம
வாழ்க்கைக்கு
புள்ளியிட்டு குறுஞ்செய்தியில்
பேசத் தொடங்குகிறாள்
குசும்புக்காரி.....

வ.ரூஸ்வெல்ட்

அணைந்த
அவள் தொலைப்பேசியால்
அலைமோதிய மனம்
அவளைத் தேடி அலைய
என் தொலைப்பேசியோ
திடீரென ஒலிக்க
பொண்டாட்டி என எழுத்து
மின்மினி பூச்சியாய் மிளிர
ஒரு முத்தம்
என் தொலைப்பேசிக்கு....!!!!

இளமை காதல்

என்னை விட
இரு வயது இளையவள்
முதுமையிலும்
அழகு வற்றாத
இளமையவள்...

ஐநூறு முத்தங்கள்
தினசரி வேண்டுமென்று
சத்தியம் செய்தாயே
என் முதுமை உதடுகள்
இன்று வரை சத்தியத்தை
மீறியதுண்டா....

அவள் கையால்
தேனீர் அருந்திப் பார்க்க
தேன் ருசியோ
உதட்டில் ஒட்டிக் கொள்கிறது
அவ்வளவு இனிமை....

வீட்டின் முன்பு
குவிக்கப்பட்ட மணலில்
இருவரும் அமர்ந்தோம்
என் மடியில் அவள் சாய
நிலாவை ரசிக்க
மேனி சுருக்கம் கண்ட
முதுமைக்கு
இளமை காதலாய்
உயிர்க்கொடுத்தோம்...

வ.ரூஸ்வெல்ட்

ஜாடையால் கதைக்கிறாள்

எட்டு மணி பேருந்திருக்காக
காத்திருக்கிறாள் அவள்.
நானோ
உறக்கத்தை எரித்து
அவளைக் காண
காத்திருக்கிறேன்.

எதிர் எதிர் திசையில்
அவளும் நானும்
விழியினால் அம்பிட்டு
இதயத்தில்
காதல் செய்தோம்
தினம் தினம்....

ஒரே பேருந்தில்
இருக்கையோ
வேறு வேறு இருக்க
குறுஞ்செய்தியில்
நலம் விசாரிக்கிறாள்
என் எதிர்கால வீட்டுக்காரி...

ஜன்னலோரமாய் அமர்ந்து
ஜாடைகள் பல செய்து
என்னுள்
வாடைக்காற்றை
திணித்து செல்கிறாள்...!!!

வ.ரூஸ்வெல்ட்

வெண்மதி

திரும்ப திரும்ப
சுவைத்தாலும்
திகட்டாத இனிப்பு
உன் பெயர் மட்டுமே...

பேனாவால்
உன் பெயரெழுதினால்
பெயருக்கு வலித்துவிடும்
என்பதற்காக
உன் பெயரை மட்டும்
பறவையின் சிறகால்
எழுதி
ரசித்துக் கொண்டேன்....

உனது நிறமோ வெண்மை
உனது அழகோ மதி
உனது பெயரோ
வெண் + மதி
வெண்மதி...

இடி சத்தம் முழங்கியதும்
குடையோடு ஓடினேன்
மொட்டை மாடிக்கு
தரையில் கிறுக்கிருந்த
அவள் பெயர்
நனைந்து விடக்கூடாது
என்பதற்காகவே
குடை விரித்தேன்...!!

வ.ரூஸ்வெல்ட்

தீபாவளியன்று

அதிகாலை விழிக்காதவன்
உன் தரிசனத்திற்காகவே
விழித்தேன்.
சில்லென்ற காற்றில்
சிவத்த தாவணியில்
செம்பருத்தி பூவாய்
வந்தாளே...

தீபாவளி கொண்டாடும்
பெண்ணே
என் காதல் தீபத்தில்
ஒளிர்வது நீதானே....

வெடிச்சத்தம் நடுவே
அவ்வப்போது
முத்தச்சத்தமிட்டு
விளையாடினோமே....

உன் விரலால்
நீ இட்ட அதிரசமோ
எனைத் தேடி வந்தது
சமரசம் இல்லாதவனை
அதிரசத்தால் அடக்கினாள்...!!!

இதழோர மச்சம்

இறைவன் வரைந்த
ஓவியத்தில்
ஓர் கரும்புள்ளி
அவள் உதட்டோர
மச்சம் ...

சினுங்கி சிரிக்கும்
சிரிப்பழகிக்கு
இதழ் ஓர மச்சம்
முதல் அழகு..

வட்ட முகத்துக்கு
இரண்டு பொட்டு
ஒன்று நெற்றிக்கு
மற்றொன்று உதட்டுக்கு.....

நான் கண்ட
கரு நிற நட்சத்திரம்
உன் உதட்டின் கீழ்
மிளிர்கிறது....!!!

வ.ரூஸ்வெல்ட்

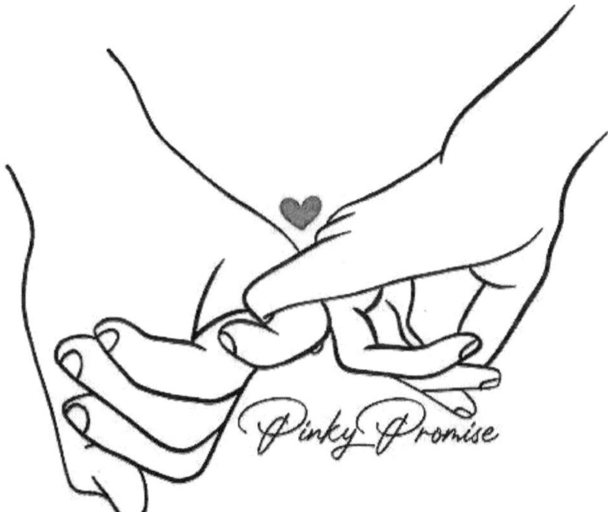

கருமை கூந்தல்

மெல்லிசைத் தென்றலுக்கு
அங்குமிங்கும்
அசைந்தாடும் ஓர் மலர்
உன் கூந்தல் என்பேன்..

அவள் தன் தோட்டத்திலுள்ள
மலர் செடிகளுக்கு
தண்ணீர் ஊற்ற செல்லுகையில்
கருமுகில் ஒன்றாக கூடி
கூந்தல் மலருக்கு
தண்ணீர் ஊற்றுகிறது....

குளித்து விட்டு
கூந்தலை உதறவே
கூந்தலில் வருடியிருந்த நீர்
என் மேனியில் சிறுதுளியாய்
அங்குமிங்கும் சிதறவே
சிறுதுளியால்
எனை கரைத்திட்டாள்..

வ.ரூஸ்வெல்ட்

தாலாட்டும் காதல் கடிதங்கள்

வெண்மை காகிதம்
ஒன்றை கிழித்து
உன் பெயரை கிறுக்கி
புருவங்கள் உயர்த்தி பார்க்க
வண்ண நிறமாய்
காகிதம் மின்னலாய்
மின்னுதே....

இதயத்தில் படிந்த
அவள் நினைவுகளை
காதல் கடிதமாய் தீட்டி
காகிதத்திற்கு உயிர் மூட்டி
அவள் கையினில்
அரங்கேறியது
என் காதல் கடிதம்....

எனது அறையை
அலங்கரித்தது
தங்கமோ வைரமோ இல்லை
அவள் தீட்டிய
காதல் கடிதத்தின்
முத்து எழுத்துக்களே....!!

கவிதைக்கு
உயிர் ஊட்டும்
அவள் இதழ்கள்
என் காதினில்
மெல்ல காற்றோடு கலந்து
தேர்ந்தெடுத்த வார்த்தைகளையோ
கவிதையாய் தூவி
நாணம் நிரம்பி
எனை முத்தத்தால் நனைக்கிறாள்...

போதவில்லையென்று
அவளுக்கு பிடித்த நிறத்தில்
அலமாரி வாங்கினேன்
ஆடைகளுக்கென்று நீ நினைக்கிறாயா
இல்லவே இல்லை
நீ நேரம் பாராமல் தீட்டிய
காதல் கடிதம் வைப்பதற்க்காகவே
புது அலமாரி....!!

வ.ரூஸ்வெல்ட்

என் நிலா

இருட்டறை இதயத்தில்
இன்று
எண்ணிலடங்கா நட்சத்திரம்
ஒளிர்வது எதனாலே?
காதலெனும் உயிராலே...

இரவானால்
நான் ரசிப்பதோ
இரண்டு
ஒன்று வான் நிலா
இரண்டு என் நிலா (காதலி)....

உனது பேரழகை
வர்ணிப்பதில்
அகராதியை புரட்டிப் பார்த்தேன்
உனை வர்ணிக்கும்
வார்த்தையோ
அகராதியில் இல்லையே
தென்னந் தெளிவாய் சொல்கிறேன்
பேரழகி வார்த்தையை
கடந்தவள் நீ மட்டுமே....

அதீத காதலால்
கண்ணீரோ காட்டாறு
சிரிப்போ மத்தாப்பு
காலம் முழுவதும்
காட்டாறு ஓடிட
மத்தாப்பு கொழுத்திட
காதலிப்போமா....!!

காதலியே பேசு

கடலளவு காதலை
மனதிலே பூட்டி
இரு மனமும்
காதல் பரிமாற்றமில்லாமல்
தவித்த தவிப்புக்கள்
குற்றம் அனுபவிக்காத
தண்டனை....

இறுதி வரை
விழி பேச்சுதானா
ஒருமுறையாவது
உதடுகள் பேசாதா
நான் உன் காதலியென்று
கனாவில் சில சீண்டல் தந்து
ஏக்கங்கள் என்னுள்
ஏவினாயே.....

இருமனமும்
கண்ணாமூச்சு காட்ட
ஞாயிறு தாபமாய்
அவள் தங்கிய
என் இதயத்தில்
காதல் நின்று கொதிக்கிறது....

வ.ரூஸ்வெல்ட்

வ.ரூஸ்வெல்ட்

நான் ருசித்த செந்தேன்

தேனீக்கள் சேர்த்திடாத
செந்தேன் ருசியை
நம் இதழ்கள் மோதி
பலம் பார்த்திடும் நேரத்தில்
நான் ரசித்து ருசித்தேன்...

தென்றல் கலந்த சாரலுடன்
உதிரும் இலைகள் நடுவே
இடைவெளியல்லாத
இறுகிய இணக்கத்துடன்
முத்த மழை பொழிந்திட
நீண்ட நாள் ஆசை....

வாடைகாற்று
வாடாமல் வீச
இளமை இதழ்கள்
இதழினில்
கலக்கட்டுமே....

உன் அகங்கையோரம்
சிறு முத்தமிட்டாலே
என் ஆன்மா
ஆனந்தமாகும்....!!

வ.ரூஸ்வெல்ட்

காதல் இனிக்கட்டும்

யுகம் அவளுடன் கழிய
யூகம் குறையாத நம் காதலோ
தேகம் காட்டும் ரேகையோடு
முதுமை முத்தம் உனக்கு...

நதியில் உன் பிம்பம் தெரிய
நீந்தும் மீன்கள்
செதிலை அடக்கி வைத்து
உன் பிம்பம் கலையாமலிருக்க
தவம் செய்கிறது...

கோடைக் காலத்தில்
என் காதலை ஏற்றதால்
என்னவோ
குளிர் காலமாக
உணர்கிறேன்...

கடல் நுரை தானே
என்று கால் நனைக்கிறாய்
நுரையோ மணலில்
உனக்கான
கவிதையைத் தீட்டுவதாய்
நான் காண்கிறேன்...

எந்தன் சுவாசம் நீ

வ.ரூஸ்வெல்ட்

மனமில்லாதவள்

காதல் கடிதத்தை
கண் முன் எரித்தாய்
கண்ணீர் வடித்து பார்த்தேன்
அணையுமென்று
பலனில்லாமல் போக
சாம்பலை அள்ளி
தேம்பி அழுதும் பார்த்தேன்
மனமில்லாமல்
கடக்கிறாள்
மனம் இல்லாதவள்...

கடவுள் அமைத்த விதியோ
காதலி சிந்தித்த சதியோ
கடந்து போகுமென்று
வெம்பிய மனம்
தேற்றினாலும்
தினம் தினம்
அழுது அழுது
நொந்து வாழ்கிறேன்....!!

கருப்பழகி

கோடை வெயில் தொட்டதால்
நிலமோ கனலாய் கொதிக்க
அவள் நிழல்
நிலத்தில் படர
கோடைக் கனல்
குளிர்மையாய்
குளிர்ந்தது......

கருப்பழகி இமைக்கு
நானிடும் கண்மை
இதழ் முத்தங்கள்
என் விதியெழுதும்
அவள் இருவிழி
உயர்ந்த ஆழிக்கொடி....

நெஞ்சில் அம்பினை எய்து
காதலை மெல்லமாய் நெய்து
ஓய்வில்லா முத்தம்
ஓய்வின்றி யுத்தம்
அரங்கேறும் நித்தம்...!!

வ.ரூஸ்வெல்ட்

தேவதை

சகி நீ
சகலமும் நீ
சச்சரவில்லா காதலாய்
சஞ்சலமில்லா காதலாய்
சந்தோச காதலாய்
சரமழை விழியாலிட்டு
சிந்தையில் நின்றவள் நீ...

சிற்றாறு கரையினில்
சிக்கனமில்லா முத்தம்
சிறுகால் மோதிட
சிதறலில்லா அழகு
சிறுநகையில் கலக்குதே....

நிமை சிமிட்ட
நிலா ஒளிய
இரு பேரழகியின்
விளையாட்டு அது....

வ.ரூஸ்வெல்ட்

எந்தன் சுவாசம்

இருவரின் ஏக்கமோ
நெருங்கிய நெருக்கம்
காதல் தாகத்தால்
ஆனேன் மயக்கம்
இருவரின்
வார்த்தை முட்டினால்
ஏதோ தயக்கம்
இப்படியே ஓடுகிறது
வாழ்க்கை ஓட்டம்....

எந்தன் சுவாசமாய்
நீயிருக்க
உந்தன் பாதமாய்
நானிருக்க
காதல் ரொம்பவே
அழகானது.....

மோதலில் சந்தித்த காதல்
இதழில் தீர்த்த முத்தம்
காதலில் கண்ட மகிழ்ச்சி
மனதில் என்றும் நெகிழ்ச்சி ...!!!

சண்டையிடு

கருமுகிலின் இடி
இரவின் நொடி
துயில உன் மடி
கூந்தலோ மல்லிகைக் கொடி
என் கனாவில் நீயடி
உன் காதலன் நானடி
கவிதைக் கொஞ்சம் கேளடி....

நீராடும் குளத்தில்
ஓர் தனிமை
அவளின் நினைவோ
அங்கு இனிமை
பேச நினைக்கும்
இதயம்
பேச மறுக்கும்
உதடு
இவை சண்டைகள்
தரும் அழகு...!!

வ.ரூஸ்வெல்ட்

தனிமை

என் விழியில்
அவள் தெரியாத
நாட்களில்
வலிகள் அதிகமாவே
வாட்டியது
தனிமையில்
அழுகை அவிழ்க்கப்பட்டு
கன்னத்தில் வரைந்த
கண்ணீர் கோலம்
கன்னத்தை கரைத்தது.
காகிதமல்ல
காற்றிலும்
உனது பெயரெழுதினேன்
காற்றும் தென்றலாய்
வீசுது....

அன்பு முத்தம்

தரிசனம் தரும்
பெண்ணவள்
கோலமிடும் விரலில்
முத்தம் தந்தால் தான்
கோலமிடுவேன் என்று
அடம்பிடிக்க
காதல் பனியோடு
பெண்ணவள்
விரலுக்கு
அன்பு முத்தம்...!!

வ.ரூஸ்வெல்ட்

சுவாசிப்போம்

தீராத ஆசையை
தீர்த்துவிடு
ஆறாத வலியை
ஆற்றிவிடு..
எந்தன் மார்பு மீது
சாய்ந்துக் கொள்
துயரங்கள்
தூளாய் போகட்டும்..
உயிரே
உன் பார்வையில்
நானோ
இறகாய்
பறக்கிறேன்
இதமாய்
ரசிக்கிறேன்
மிதமாய்
அருகினில் வா
இதழ்களில்
இசைத்து
காதலை
ரசித்து
சுவாசிப்போம்....

எந்தன் சுவாசம் நீ